INSIGHT PUBLICA®

INSIGHT PUBLICA®
Nadakkavu, Kozhikode, Kerala, 673011
Tel:0495–4020666
www. insightpublica.com | bookat.in
e-mail: insightpublica@gmail. com
Sisirathile Athirani Pookal
(Malayalam Poems)
Suvarnna Nishanth
First Edition: October 2018
ISBN 978-93-87398-90-0

Printed and Published by
InsightinPublica Printers and Publishers Pvt Ltd.

ശിശിരത്തിലെ
അതിരാണി പൂക്കൾ

സുവർണ്ണ നിഷാന്ത്

INSIGHT PUBLICA®

സമർപ്പണം

ജീവനും ജീവനവും നൽകിയ അമ്മയ്ക്ക്.
വായിക്കാൻ ആദ്യമായി പുസ്തകങ്ങൾ തന്ന അച്ഛന്.

ജനനം :
1986 ജൂലൈ 11, പേരാമ്പ്ര പൈതോത്ത്.

പഠനം:
GLP School കൊട്ടുവള്ളി, Aup School കുത്താളി, GVHSS കുത്താളി,
St.ജോർജ്ജ്സ് HSS കുളത്തുവയൽ, MG കോളേജ് പേരാമ്പ്ര,
കാലിക്കറ്റ് യൂണിവേഴ്സിറ്റി.

പിതാവ് :
വാസു ടി.വി,

മാതാവ് :
സുജാത വാസു

ഭർത്താവ് :
നിഷാന്ത് CV

മകൾ :
നിഹാരിക നിഷാന്ത്

വിലാസം :
ചാത്തൻവീട്ടിൽ, കാവില്ലുംപാറ,
PO.മരുതോങ്കര, കുറ്റ്യാടി,
കോഴിക്കോട് , Pin.673513,
Ph.7591957035

സുവർണ്ണ നിഷാന്ത്

നന്ദി

സ്ത്രീത്വത്തിനുള്ളിലെ വ്യക്തിത്വം മാറ്റുരച്ചെടുത്ത് ഒപ്പം നടക്കുന്ന ഭർത്താവ് നിഷാന്ത്, എന്നിലെ എഴുത്തുകാരിയെ തിരിച്ചറിഞ്ഞു മുഖ്യധാരയിലേക്ക് നടത്തിയ കവിയും ചിത്രകാരനുമായ പ്രിയ സുഹൃത്ത് അനസ് ബാവ, എഴുത്തു വഴികളിൽ പ്രോത്സാഹനപ്പൂക്കൾ കടഞ്ഞിടുന്ന കൂട്ടുകാരിയായ സഹോദരി സുജന സജിത്ത് എന്നിവർക്ക് നന്ദി.

എനിക്ക് പ്രോത്സാഹനം നൽകുന്ന പ്രിയ വായനക്കാർക്ക് (സോഷ്യൽ മീഡിയ) സുഹൃത്തുക്കൾക്കും ഏറെ സ്നേഹം...

ശരിക്കും തിരസ്കരിക്കപ്പെട്ടു എന്നു മനസ്സിലാക്കിയപ്പോൾ പകച്ചു പോയി. സ്നേഹം വ്യഭിചരിക്കപ്പെടുന്ന ഈ ലോകത്ത് കുന്നോളം സ്നേഹം കരുതി വെച്ചിട്ടും കാണാതെ പോവുന്നവർ. കണ്ടിട്ടും കണ്ടില്ലെന്നു നടിച്ചു തിരിഞ്ഞു നടക്കുന്നവർക്കിടയിൽ, വെളിച്ചത്തിന്റെ ചീള് പോലുമില്ലാതെ ഇരുട്ടിൽ വഴി നഷ്ടപ്പെട്ട് നിൽക്കവേയാണ് അവളെ കണ്ടത്. ഭ്രമിയിൽ വയലറ്റ് നിറത്തെ കട ഞ്ഞിടുന്ന അതിരാണിപ്പൂക്കളെ സ്നേഹിച്ച പെൺകുട്ടി.

മഴ മുറിച്ചെടുത്ത് മാറ്റി വെച്ച സായാ ഹ്നങ്ങളിൽ ചിന്തകളുടെ ഭാരമിറക്കാൻ ധൃതിയിൽ പറന്നു പോവുന്ന തുമ്പി കളെയോർത്തു വേവലാതിപ്പെടുന്ന, മഴയണയും മുൻപേ കൂടണയാൻ വെമ്പുന്ന തന്നേക്കാൾ ഭാരമേറിയ ചുമടുകൾ പേറുന്ന ഉറുമ്പുകളെയോർത്തു ആകുലപ്പെ ടുന്ന പെൺകുട്ടി. "നിന്റെ പേരെന്താ..?"

ഞാൻ ചോദിച്ചു. അവൾ സുവർണ്ണലിപി കളിൽ എഴുതി. 'സ്നേഹം'... "എസ് കെ യുടെ അതിരാണിപ്പാടമാണോ.?" ഞാൻ വീണ്ടും. "അല്ല ഇതെന്റെ മാത്രം അതിരാണിക്കാട്" അവൾ...

സ്നേഹവും അതിരാണിപ്പൂക്കളും ഏതു ജന്മാന്തരത്തിലാണ് ഒന്നിച്ചു നടന്നത്. ആ വയലറ്റ് പൂക്കൾക്കൊരു വ്യത്യസ്തതയുണ്ട്. വിവിധ വർണ്ണങ്ങൾ ചാലിച്ചൊരു നിറക്കൂട്ട്. പാടവരമ്പിലൂടെ തോട്ടിറമ്പിലൂടെ നടക്കുമ്പോൾ തലയാട്ടി എന്നെ നോക്കി ചിരിച്ച അതിരാണിപ്പൂക്കളെ ഞാൻ കണ്ടിരുന്നില്ല. ആ ചിരി കാണാതെ പോന്നപ്പോൾ വയലറ്റ് പൂക്കൾ ഭൂമിയിൽ കുടഞ്ഞിട്ടവ പറഞ്ഞു കാണും "ഒന്ന് നോക്കിയില്ലല്ലോ."

അന്നൊന്നും എന്റെ സ്നേഹത്തിനു വയലറ്റ് എന്നൊരു നിറം ഉണ്ടായിരുന്നില്ല. തുമ്പപ്പൂവിന്റെ തൂവെള്ള, ചെമ്പരത്തിയുടെ കടും ചുവപ്പ്, പനിനീരിന്റെ കരൾ നിറം മാത്രം.

അതിരാണിപ്പൂക്കൾ പോലെ വിവിധ വർണ്ണങ്ങളുൾക്കൊള്ളുന്ന സ്നേഹത്തെ കാണാൻ ഒരിക്കൽ പോലും ശ്രമിച്ചിരുന്നില്ല. സ്നേഹം മനസ്സിൽ കണ്ട ആ തുമ്പി, ഇനി ആരും ആരെയും ഭൂമിയിൽ ഇത്ര മേൽ സ്നേഹിക്കാനും സ്നേഹിക്കപ്പെടാനും ഇടയാവാതിരിക്കട്ടെ ഈ ഭൂമിയിൽ എന്നു മലരിനോട് വിലപിച്ച, ചിത്ര ശലഭമാവാൻ കൊതിച്ച അതേ തുമ്പി, ഇപ്പോൾ ചിന്തയുടെ ഭാരമേന്തി അതിവേഗം പറന്നുകൊണ്ടിരിക്കുന്നു.

കുട്ടീ പറക്കുക ഉയരങ്ങളിലേക്ക്...

സുനിൽകുമാർ

എന്നും ഒറ്റപ്പെട്ടുകിടക്കുന്ന തുരുത്തുകളാണ് കവിതയെഴുതുന്നവരുടെ മനസ്സ്. ചുറ്റും ചിറകടികളുള്ള വേനൽമരങ്ങളുടെ ചില്ലയിൽ കൂടൊരുക്കുന്ന കവിതകളുമായി മരുഭൂമിയും മഴക്കാടുകളും താണ്ടി, "ഒറ്റപ്പെടലിന്റെ ദൂരമളന്ന പക്ഷിയാണ്" ഞാനെന്ന് പറഞ്ഞ് സുവർണ്ണയെന്ന ഈ എഴുത്തുകാരി നമ്മുടെ മുന്നിലേക്കിടുന്നത്, ജീവന്റെ ഘടികാരചലനങ്ങളാണ്.

പുഴപോലെ ഒഴുകുകയും, മഴപോലെ പെയ്യുകയും, തിരമാലകൾ പോലെ തികച്ചും അശാന്തമാവുകയും ചെയ്ത്, പ്രണയത്തിന്റെ തീവ്രാനുഭവങ്ങളുറിയ കാലങ്ങളിലെ തീവണ്ടിമണിയിലേക്ക് നമ്മെ ചേർത്തുനിർത്തി, കവിതയുടെ പുത്തൻ ഭാവതലങ്ങളിലേക്ക് വിളിച്ചു കൊണ്ടുപോവുന്ന ഈ കവിതകൾ നമുക്കുള്ള സമ്മാനമാണ്.

അനുഭവിച്ചറിഞ്ഞു പോകാത്തവരുടെ നഷ്ടസഞ്ചിയിലെ കണ്ണീരാവാതെ, നമുക്കീ കവിതകൾ നെഞ്ചോട് ചേർക്കാം.

ഉറക്കം നഷ്ടപ്പെടുന്ന രാത്രിയിൽ നിങ്ങളെന്റെ വരിയിലിറങ്ങി നടക്കണമെന്ന് പറയാതെ പറയുന്ന ഈ പുസ്തകം സൂക്ഷിച്ചുവയ്ക്കണം നമ്മൾ.... ഉറങ്ങാനാവാത്ത പുതിയ കാലമല്ലേ...!!

സജികല്യാണി

ഉന്മാദത്തിന്റെ കാവ്യയാത്രകളാണ് സുവർണ്ണയുടെ കവിതകൾ.. പുതിയ എഴുത്തുരീതിയിലൂടെ ജീവിതാനുഭവത്തിൽ നിന്നും കുറിക്കുന്ന ഓരോ കവിതകളും ആസ്വാദനത്തിന്റെ പാരമ്യത്തിലേക്കു നീണ്ടുപോയ മഹാനുഭൂതികളാണ്..ഞാനെന്ന വായനക്കാരനെ നവീകരിച്ചതിന്റെ,കവിത അനുഭവിപ്പിച്ചതിന്റെ സാക്ഷ്യമാണ് ഈ ആശംസാ കുറിപ്പ്.. വായനക്കുള്ള ഉത്തേജനം ഉണർത്തുന്ന സുവർണ്ണയുടെ കവിതകൾ സാഹിത്യലോകത്തു തിളങ്ങുമെന്നതിൽ സശയമില്ല.. പ്രിയ കൂട്ടുകാരിക്ക് എല്ലാവിധ ആശംസകളും ഭാവുകങ്ങളും

ജയൻ മുന്നൂർക്കോട്

കവിതകൾ

അവധൂതൻ

അമാവാസിയിൽ
ഒരു നിലാവുദിക്കണം.
നക്ഷത്രങ്ങൾക്കിടയിൽ നിന്നും
മഞ്ഞ് മാത്രമുടുത്തൊരാൾ
ഇറങ്ങി വരണം.
മരഞരമ്പുകളിലൂടെ
വേരുകളിലൂടെ
മണ്ണിലേക്കൊഴുകണം.
വെയിൽ കുടിച്ച മയങ്ങുന്ന
ഭൂമിയുടെ മാറിൽ
മുഖമമർത്തി വിങ്ങിക്കരഞ്ഞ്
ഇല്ലാതാവുന്ന പുഴകളെ,
പട്ടുപോയെന്ന് പരിഭവത്താൽ
പിന്തിരിഞ്ഞിരിക്കുന്ന കാടുകളെ,
വിത്തുകളെ ഗർഭംധരിക്കാതെ
വിങ്ങുന്ന വയലുകളെ,
മണ്ണുമാന്തിഥരെങ്ങൾ
തീർത്ത മുറിവുകൾ
ഊതിയാറ്റുന്ന കുന്നുകളെ,
ഒരു തഴുകലിൻ സാന്ത്വനം
കൊണ്ടുയിർപ്പിക്കണം.
നീതി നിഷേധിക്കപ്പെട്ട
ആത്മാക്കളുടെ സ്മൃതിയിൽ
അനുനിമിഷം ഇരുളടയുന്ന
ജീവിതങ്ങൾക്കൊറ്റ മറവിയാൽ
വെളിച്ചത്തിലേയ്ക്ക്,
തിരികെ യാത്ര
നിരോധിക്കപ്പെട്ട പാലമിടണം.
നിലാവസ്തമിക്കും മുൻപേ
മടങ്ങാനൊരുങ്ങുന്ന
ആ അവധൂതനപ്പോൾ,
ഞാ..നാ..വ..ണം.

ചിന്തിക്കുന്നവരോട്

അത്രമേൽ
പ്രകടമായിരുന്ന
കട്ടംനിറം ഒരുവന്റെ
ഉൾക്കാഴ്ചയിൽ നിന്നും
മാഞ്ഞു പോവുമ്പോൾ,
വർണ്ണരഹിതമായ ലോകത്തെ
വരച്ചു ചേർക്കാൻ
അവന് കറുപ്പിനോളം
അനുയോജ്യമായ മറ്റെന്തുണ്ട്.!
ഭാഷപ്പെരുമയിൽ
ഊറ്റം കൊള്ളുന്നവർക്കിടയിൽ
ചിന്തിക്കാൻ പോലും
ഭാഷയില്ലാത്തവൻ,
ആത്മ സംഘർഷങ്ങളെ
ഘനമേറിയ
മൌനം കൊണ്ടല്ലാതെ
എങ്ങനെ അടയാളപ്പെടുത്തും.!
കാലത്തിനും ദേശത്തിനും
അതീതനായി
സ്വന്തം നിഴൽ പോലും
അന്യമാക്കി തന്റെ
വിശ്വാസപ്പാടങ്ങൾക്കിടയിലൂടെ
സമാന്തര മാർഗ്ഗം
സൃഷ്ടിക്കുന്നവനെ,
ഏകാന്തത എങ്ങനെ
കീഴ്പ്പെടുത്തുമെന്നാണ്.!
ആത്മാന്വേഷിയും
അന്തർമുഖനും ആയൊരാൾ
സ്വന്തം വികാരങ്ങളെ
'ഞാൻ' എന്ന ഏകവചനത്തിൽ
ഒതുക്കുന്നതിലെ അഹന്തയെ,
അത്ര തന്നെ ലളിതമായ
ഏത് ചോദ്യം കൊണ്ട്
എതിരിടാനാണ്.!
എങ്കിലും,
തിരഞ്ഞു കൊണ്ടേ-
യിരിക്കുന്നവർക്ക്,
അവന്റെ സാമ്രാജ്യത്തിലേക്ക്
ഹൃദയത്തിലൂടെ
ഊടുവഴികളുണ്ട്.
സഞ്ചാരം സുഗമമാവില്ല
എന്നിരിക്കിലും,
ചിന്തിക്കുന്നവർക്ക്
ദൃഷ്ടാന്തവുമുണ്ട്...

ദൈവം തെരുവിലേക്ക്

ഭ്രമാത്മക കാഴ്ചകൾ
കെട്ടുപിണഞ്ഞാടുന്ന
ഒരുച്ചയിൽ
വേനലിന്റെ ഉമ്മകളിൽ
മയങ്ങാൻ തുടങ്ങവേ,
കാതലില്ലാതെ
എന്നോ ചിതലരിച്ച
വാക്കുകളും
മന്ത്ര മന്ത്രണങ്ങളും
മസ്തിഷ്കത്തിൽ
കത്തി-കരിവേഷങ്ങൾ
പകർന്നാടവേ,
തിരിച്ചറിവുകളുടെ
ശരമുനകൾ
തിരിച്ചു പോകുന്ന
ചിന്തകളിൽ പോലും
വിഷം പുരട്ടവേ..
വർണ്ണങ്ങളെല്ലാം
തന്നിൽ ഒടുങ്ങിയവർ
ഇന്നും ആറാത്ത
നോവിൽ പ്രതീക്ഷയുടെ
ഉപ്പു തേയ്ക്കുന്നതും,

സദാചാരം പൂക്കവേ
ഗർഭത്തിൽ ഒടുങ്ങിയ
കാവ്യങ്ങളിൽ
പ്രതിഷേധം എരിയുമ്പോൾ
നാവറ്റ നാഴികമണിയുടെ
നിശബ്ദ നിലവിളി
ഉയരുന്നതും,
പൗരോഹിത്യ
മേൽക്കോയ്മയുടെ
കരാള ഹസ്തങ്ങളിൽ
ശ്വാസം മുട്ടിപ്പിടയുന്ന നിയമദേ
വതയുടെ
നിസ്സഹായത
അനാവൃതമാവുന്നതും
കണ്ടു മനംമടുത്ത്,
മതം പുകയുന്ന
ആരാധനാലയങ്ങളുടെ
ഇരുണ്ട ഇടനാഴിയിലൂടെ
കുരുന്നു കന്യകാത്വങ്ങളുടെ
പാപക്കറയും
പ്രാണന്റെ രക്തക്കറയും
പങ്ക് പറ്റി,
ഒറ്റുകാരന്റെ
കുറ്റബോധവുമായി
ദൈവം തെരുവിലേക്ക്..

നീയും ഞാനും

എനിക്കറിയാത്ത
ഏതോ ഭാഷയിലേക്ക്
നിന്നെ വിവർത്തനം
ചെയ്തപ്പോളാവണം
എന്നിലെ ആസ്വാദകന്
ആദ്യ വഴി തെറ്റിയത്.
മാർഗ്ഗം
ഏറെ സുഗമമല്ലെങ്കിലും,
ഒരു ശലഭച്ചിറകിലോ
മിന്നാമിനുങ്ങിൻ കാലിലോ
ഞാൻ നിന്നിലെത്തിയേനെ.
ഉത്തരത്തിൽ
തലകീഴായ്ക്കിടന്നു നീ,
അപ്പോളും ശകുനം മുടക്കി.
സ്വാതന്ത്ര്യത്തിനു മുൻപുള്ള
ഒരു സമരകാലമത്രയും
പൊരുതിത്തീർത്ത
നമ്മുടെ ഉടലുകൾ,
ഇന്നേതോ
അജ്ഞാത ഭാഷയിലേക്ക്
മാറ്റിയെഴുതപ്പെട്ടിരിക്കുന്നു.

അതിനാൽത്തന്നെയാവും
ഇന്ന് നമ്മുടെ നൃത്തങ്ങളിൽ
ഉടലുകളുടെ സംഗീതം
പരിഭാഷപ്പെടുന്നില്ല.
പാതിയിൽ ആകാശം
മുറിഞ്ഞ രാത്രിയിലെ
ഒറ്റ നക്ഷത്രമായി
നീയെന്നെ കാത്തിരിക്കുന്നു.
ഞാനാവട്ടെ
തിരമുറിഞ്ഞ കടലിനെ
ആവേശത്തോടെ
ചുംബിക്കുന്ന തീരവും.
ഒരുനാൾ,
നീയെന്നിലറ്റു വീണേക്കാം.
അന്ന് ഭോഗശേഷം,
ഇണയെ തിന്നുന്ന
ചിലന്തിയാവില്ല.
പരസ്പരം കൊത്തിത്തിന്നു
വിശപ്പടക്കുന്ന
പക്ഷികളാവാം നമുക്ക്.
നിറുകയിൽ ചുംബിച്ച
മരിക്കുന്ന നാഗങ്ങളാവാം...

എന്നും കാണുന്നതാണ്...

അങ്ങിങ്ങ് പടർന്ന
കമ്മ്യൂണിസ്റ്റ്
പച്ചക്കാട്ടുകൾക്കിടയിൽ
ഒളുക്കത്തിലൊരു നിശ്വാസം.
പൊന്തപ്പടർപ്പിൽ
ശ്വാസമടക്കിപ്പിടിച്ച്
ഇലകൾക്കിടയിലൂടെ
ഭൂമിയുടെ ഒളിഞ്ഞ്നോട്ടം
ഒരു പതുങ്ങൽ.
എന്നും കാണുന്നതാണ്,
ഇനിയും ഭീകരമാവണമെന്നു
ചെമ്പട്ടു ചേലചുറ്റി,
കൺനിറയെ മഷി
വാരിത്തേച്ച് ഒരുങ്ങുന്ന
രാത്രിയുടെ നാട്യം.
ഇപ്പോൾ
പൊട്ടിയടരുമെന്ന കണ്ണീരിനെ
ആറ്റിക്കുടിക്കുന്ന,
ചീന്തിപ്പിളരാൻ തുടങ്ങുന്ന
നിലവിളികളെ
വിഴുങ്ങിക്കളയുന്ന,
കെട്ടുപൊട്ടിക്കുന്ന
കോപതാപങ്ങളെ
ഒറ്റക്കടിഞ്ഞാണിൽ
തളയ്ക്കുന്ന,
കാൽക്കീഴിലമരുന്ന
നിഴലുകളെ അനങ്ങാൻ
വിടാതെയമർച്ച ചെയ്യുന്ന
പകലിന്റെ നിസ്സംഗത.
എന്നും കാണുന്നതാണ്
മരമന്വേഷിച്ചിറങ്ങിയ

കാടിന്റെ,
ജലസ്പർശമില്ലാത്ത
മണലിന്റെ,
മണ്ണിനെ തൊടാത്ത
ഋതുക്കളുടെ
കണ്ണുകളിൽ,
ഓടിയൊളിക്കാൻ
വെപ്രാളപ്പെടുന്ന
ഇരകളുടെ ഭയം.
വേട്ടമൃഗത്തിന്റെ
മെയ്‌വഴക്കത്തോടെ കുതിച്ച്
സർവ്വം ചുഴറ്റിയെറിഞ്ഞ്
ഒടുക്കം അമർന്നടങ്ങുന്ന
കാറ്റിന്റെ ഹുങ്കാരവും.
എന്നിട്ടും,
സ്വപ്നങ്ങളിൽ നിറയെ
ശലഭങ്ങളാണെന്ന്.
ഓരോ ശലഭച്ചിറകിലും
വ്യത്യസ്ത നിറമുള്ള പൂക്കൾ
ഇഴുകിച്ചേർന്ന് വസന്തം
സൃഷ്ടിക്കുന്നുണ്ടെന്ന്.
ഉള്ളിലൊരു കടൽ
മുളച്ചിട്ടുണ്ടെന്ന്...

പ്രാണൻ

എന്റെ പ്രാണന്റെ
വെയിൽച്ചില്ലകളിൽ
നോവുപുഷ്പങ്ങൾ
ഒരു ഉഷ്ണമാപിനിക്കും
അളക്കാനാവാത്ത
താപമുതിർക്കുന്ന ഉച്ചകളിൽ
നീ പ്രണയത്തിന്റെ
കനൽ പടർത്തുമ്പോൾ,
ഉന്മാദ ഗന്ധമുയരുന്ന
ചിന്തകളിൽ ഉരുക്കായുറഞ്ഞ
മൗനമുടയ്ക്കാതെ,
നീയോർമ്മകൾ
പെരുമഴപ്പെരുക്കങ്ങൾ
തീർക്കുന്നു.
അംഗവൈകല്യം വന്ന
ഗതകാല സ്മൃതികളിൽ
എന്റെ ഭ്രാന്തുകൾ,
വസന്തം വിലക്കപ്പെട്ട
താഴ്വരയിൽ വഴിതെറ്റി
വന്ന ശലഭങ്ങൾ പോലെ
അനാഥമാവുന്നു.

സ്മൃതിയറ്റ
മനോ സൈകതങ്ങളിലെങ്ങോ
നിന്നെ അടക്കം ചെയ്ത
ശ്മശാനത്തിൽ ദുഃസ്വപ്ന
ങ്ങൾ,
ഇടയ്ക്കിടെ ഓലിയിടുന്ന
കുറുനരികളാവുന്നു.
നൈരാശ്യങ്ങൾ, ശവംതീനി
കഴുകൻമാരാവുന്നു.
കടയറ്റ പ്രണയത്തിന്റെ
അതിജീവന വേരുകൾ,
ആഴങ്ങളിൽ
ആർദ്രത തേടിയുഴറുമ്പോൾ
അങ്ങ് ദൂരെ
ഏഴു കരകൾക്കുമപ്പുറം
നിന്നിലെന്റെ ഭ്രാന്തുകൾ
പൂക്കുന്നത് കൊണ്ടാവാം,
ഇങ്ങിവിടെ അസ്വസ്ഥത
വിത്തെറിയുന്നിടത്താകെ
കവിത പടരുന്നു..!

ഹൃദയത്തോട് പറയാൻ

വാക്കുകൾ വറ്റിപ്പോയ
നദികളാണ്....
അതിനെ ഉണർത്തുന്ന
ഉറവകൾ,
താഴിട്ടു നീയടച്ച
അറകളിലാണ്....
മെലിഞ്ഞു മെലിഞ്ഞു
നൂലിഴയോളം
വരുന്ന നീലിച്ച ചിരി,
ഓർമകളിൽമാത്രം
ഉദിക്കുന്നൊരു
നിലാവാകുന്നു....
ഇപ്പോൾ
നദിയെന്നു പേരുള്ള
ഈ ഒഴുക്കും,
അടയാളങ്ങൾ
അവശേഷിപ്പിക്കാതെ
മരുഭൂമിയാവും....
ചുംബനത്തിന്റെ
പക്ഷികൾ,
തിരിച്ചു വരാത്ത
ചിറകുമായി
പറന്നകലും.....
ഇരുവശവും
പുണർന്നിരുന്ന
മരങ്ങൾ,
നമ്മെ പോലെ
ഉണങ്ങി അടരും.....
കവിതകൾ,
കരക്കടിഞ്ഞ
മത്സ്യങ്ങളാവും....
ഒഴുകുന്ന തോണികൾ,
മുഖം തിരിച്ച
ഓർമ്മകളാവും....
മുക്കുവൻ,
ഒരിക്കൽ വിശപ്പ് മാറ്റിയ
നമ്മുടെ പ്രണയത്തെ
കുറിച്ചോർക്കും....
എനിക്ക് നിന്നിലുണ്ടായ
വെള്ളാരം കല്ലുകൾ,
തീരങ്ങളിൽ
അനാഥമാവും.....
അന്ന്,
ഓളങ്ങൾ
ഓർമകളാവുമ്പോൾ,
ഓർക്കുമായിരിക്കും
നമ്മൾ.....
നീലിച്ച ചിരികളിൽ
അമർത്തിചുംബിച്ച,
അസ്തമയങ്ങളെ
ഹൃദയത്തോട് ചേർത്തുവെച്ച,
കടൽ വറ്റിയുണ്ടായ,
പൊള്ളുന്ന ഈ
മരുഭൂമിയെ........

ഇരുൾപ്പക്ഷിയുടെ പാട്ട്

അശാന്തിയുടെ
കുതിച്ചൊഴുക്കിൽ നിന്ന്
ജീവിതങ്ങൾ,
ആരുടെയോ
ആജ്ഞയാലെന്നപോൽ
ശാന്തമായ നദിയിലേക്ക്
അച്ചടക്കത്തോടെ
പരിഭാഷപ്പെട്ടുമ്പോൾ,
ഒരു
ഇലയനക്കം പോലും
കർണ്ണ കഠോരമാവുന്ന
അത്രമേൽ നിശബ്ദയായ
രാത്രിയിലിന്നു,
നിന്നെ
അടക്കം ചെയ്ത
കല്ലറക്കരികിലെ,
വാകമരക്കൊമ്പിലിരുന്ന്
ഏകയായി
പാടുകയാണ് ഞാൻ.
നിഴലും നിലാവും
ഛായാചിത്രം വരയ്ക്കുന്ന
ഈ തെരുവോരത്ത് ,
എന്നോ കെട്ടുപോയ
വിളക്കുകാലിലിരുന്ന്
രാപ്പക്ഷികളെന്നെ,
ഏറെ നേരമായ്
ശ്രവിക്കുന്നുണ്ടെന്നാകിലും
ഭാഷ നീയായതിനാൽ
തന്നെയാവണം
അവയ്ക്കതത്ര മാത്രം
ഗ്രാഹ്യമാവുന്നില്ല.

നീയിതു
കേൾക്കാതെ പോവരുതെ-
ന്നെന്നേക്കാളേറെ
കൊതിക്കുന്നുണ്ടീ
ഗാനമെന്നു,
മൗനമായലറിയും
നിശബ്ദമായ്
അട്ടഹസിച്ചുമൊട്ടുവിൽ
അസ്വസ്ഥമായൊരു വരി
നിന്നിലേക്കിറങ്ങി
നടക്കാൻ തുടങ്ങുന്നു.

ഒരിക്കൽ പറയാൻ
മറന്നൊരു വാക്ക്
ഇപ്പോൾ നിനക്ക് മാത്രം
വായിക്കാവുന്ന
നിഗൂഢ ഭാഷയിലേക്ക്
വിവർത്തനം ചെയ്യപ്പെട്ടു.
നീ കേൾക്കുമ്പോൾ,
അപ്പോൾ മാത്രം
ചിറകുകൾ മുളയ്ക്കുന്ന
നിനക്കായി
മഴവില്ല് വിരിയിക്കുന്ന
ലൂളുക്കൾ നിന്നിൽ
വസന്തം തീർക്കുന്ന,
മന്ത്രങ്ങളതിൽ
ചാലിച്ചു ചേർത്തിട്ടുണ്ട്.
മൗനമായ്
നീയത് മുഴുവനും
കേൾക്കണം.
ശാന്തനായതിൻ
ആത്മാവിലേക്ക്
ഇറങ്ങിച്ചെല്ലണം.
വരികൾക്കിടയിലെ
ശൂന്യതയിൽ

നമ്മളെ തിരയണം.
അനന്തരം,
വർണ്ണചിറകുകളുള്ള
അനേകം
തുമ്പികൾക്കിടയിൽ
അവയിലൊന്നായി
പുനർജ്ജനിക്കുന്ന നീ,
വാനവും ഭൂമിയും
മറന്നു പാടുന്ന,
ഏകയാമീ
ഇരുൾപ്പക്ഷിയെ
ഒരേയൊരു നോക്കിനാൽ
തിരിച്ചറിയണം.
ഹാ..!
പ്രണയമേ,
നിനക്ക് മരണമില്ല
എന്ന് ഞാൻ
അന്നീ ലോകത്തോട്
വിളിച്ചു പറയാം...

ജലായനം

വന്യമായ
തൃഷ്ണകൾ ഒരു
അരുതിനെ മറികടന്നു
മസ്തിഷ്ക വേഗത്തിൽ
പായുമ്പോൾ,
അടിക്കടി
ഉളവാക്കപ്പെടുന്ന
ഉടലാലസ്യങ്ങൾക്കൊരു
ജലശയ്യയൊരുങ്ങും.
ഓളങ്ങളിൽ
ജലവിരലുകൾ
തംബുരു ശ്രുതി
മീട്ടുമ്പോൾ,
അന്തരാള
വിസ്ഫോടനങ്ങളാൽ
പ്രക്ഷുബ്ധമായ
സാഗര ഹൃദയങ്ങൾ
ശമം,ശമമെന്നലറും.
ഞാൻ മുൻപേയെന്നു
ഘന മേഘങ്ങൾ
മത്സരേച്ഛയോടെ
വർഷിക്കുമ്പോൾ,

വേനലുമ്മകളിൽ
മയക്കത്തിലാഴ്ന്ന
മണൽപ്പരപ്പുകൾ
ഉണർന്നെണീറ്റു,
ദ്രുതഗതിയിൽ
പുഴയെടുത്തണിഞ്ഞു
യാത്ര തുടങ്ങും.
കുലംകുത്തി
ചിന്നിച്ചിതറുന്ന
കാട്ടാറുകൾ,
എന്നെപ്പോവാൻ
അനുവദിക്കുകയെന്ന്
ഉരുളൻ കല്ലുകളോട്
പൊട്ടിത്തെറിക്കും.
അനന്തരം
ഉടൽ നിറയെ
പാദങ്ങൾ മുളച്ച്
ഒരുന്മാദ ജലായനം
ഒരു ഭൂമിനിറയെ
പ്രളയം/പ്രണയം..!

കാട്ടുകേറുന്നവൾ

കാലത്തെണീറ്റെന്നും
പ്രാതലുണ്ടാക്കുമ്പോൾ
ഒന്നാക്കിനാവിന്റെ
കാട്ടുകേറുന്നവൾ.
കാട്ടുവഴിയിലൂടൊട്ടു
നടന്നിട്ടാ തേക്കുമരത്തിൻ
തണലിലിരിപ്പവൾ.
കാട്ടുനീർച്ചോലതൻ
താരാട്ടു കേട്ടൊരു
തെല്ലുമയക്കത്തി-
ലങ്ങനിരിക്കവേ
കുക്കർ വിസിലടിച്ചൊന്നു
വിളിച്ചപ്പോൾ
ഞെട്ടിയുണർന്നു
തിരികെ മടങ്ങുന്നു.
പ്രാതലുണ്ടാക്കുന്നു
മുറ്റമടിക്കുന്നു
പാത്രങ്ങളൊക്കെയും
തേക്കുന്നുമോറുന്നു.
തെല്ലുകഴിയവേ
പിന്നെയെണീറ്റവൾ
പിന്നിട്ട കാട്ടിലേ-
ക്കൊന്നെത്തി നോക്കുന്നു.
കാട്ടുമരങ്ങളും പൂക്കളും കായ്കളും
മെല്ലെയവളോട്
സ്നേഹമുരയ്ക്കുന്നു.
ആറിന്റെ തീരത്തൊ-
ട്ടുങ്ങിയിരുന്നവൾ
അന്നക്കിളികളോ-
ടൊന്നു ചിരിച്ച-
പ്പതുക്കെയവയെ ആ
കയ്യിലെടുത്തിട്ടു

മെല്ലെത്തഴുകിത്തലോടവേ
പിന്നെയും,
ഞെട്ടുന്ന തന്നോമന-
ക്കുഞ്ഞിനൊച്ചയിൽ
ഓടിച്ചെന്നൻപോടു
വാരിയണയ്ക്കുന്നു.
താരാട്ടു
പാടുന്നതോടൊപ്പമൊന്നവൾ
കാടിന് വിജനത
പിന്നെയും താണ്ടുന്നു.
ഉൾക്കാട്ടിലൂടെയലഞ്ഞു
തിരിയുന്നു, പിന്നെയും
അക്ഷീണമെന്തോ തിരയുന്നു.
തേടുന്നതൊന്നുമാ
കണ്ണിലുടക്കാതെ
ഒട്ടുനിരാശയിൽ
പയ്യെ മടങ്ങവേ,
കാടിന് നിഗൂഢത
വിട്ടവൾ നീറുന്ന
ചിന്തതൻ വേനല്മരങ്ങളെ
പുൽകുന്നു.
ജീവിതപ്പച്ച,
കാട്ടിക്കൊതിപ്പിക്കും
മരുഭൂവിലേക്കായി
വീണ്ടുമണയുന്നു.
കാലത്തെണീറ്റിട്ടു
കാട്ടുകേറാനായി
നേരത്തെ കാലത്തെ
നിദ്രയെ പുൽകുന്നു.
അശ്രാന്തമായ,
പരിശ്രമംപോലവൾ
എന്നുമാക്കർമ്മം
നിരന്തരം ചെയ്യുന്നു....

കപ്പലോട്ടക്കാരന്റെ പെണ്ണ്

തിരമുറിച്ചു പായുന്ന
കപ്പലിനോളം
ആയാസമുള്ള സ്വപ്നങ്ങളെ,
ചൊരുക്കിനോട് പിൻതിരി
ഞ്ഞ്
ഉൾക്കടലിലേക്ക് ആഞ്ഞു
വലിച്ചെറിയുന്ന ഒരുവൻ.
തീരക്കാറ്റിനോട് മല്ലിട്ട്
വാരിവലിച്ചുടുത്ത
മനോഗതങ്ങളുടെ
ചുളിവുകൾ നിവർത്തി,
ചന്നം പിന്നം പറക്കുന്ന
ചിന്തകളെ മാടിയൊതുക്കാൻ
വൃഥാ ശ്രമിക്കുന്നൊരുവൾ.
പാദങ്ങളിലെ ഉപ്പുതരികൾ
തട്ടിമാറ്റുമ്പോഴേക്ക്
മറ്റൊരു തിര വന്നവളെ
അച്ചാലും മുച്ചാലും നനച്ചിട്ട്,
അയാളെറിഞ്ഞ
സ്വപ്നങ്ങളിലൊന്ന്
അവൾക്ക് കൊടുക്കുന്നു.
'എന്നുവരും'
എന്നൊരാത്മഗതം
ഗദ്ഗദത്തിൽ പൊതിഞ്ഞു
മടങ്ങാനൊരുങ്ങുന്ന
തിരക്കൈകളിൽ ഏൽപിച്ച്,
ആർദ്രമായ വിചാരങ്ങളെ
വിഷാദത്തിൽ കലർത്തി
ആറ്റാനായി വെയിലത്തിട്ട്,
അവളാ സ്വപ്നത്തിന്റെ
തണലിൽ വിശ്രമിക്കുന്നു.
എന്നുവരും
എന്നയാ നേർത്ത സ്വരം,
ഇടയ്ക്കുവെച്ചു
കാറ്റപഹരിച്ചതിനാലാവണം
പിന്നീടൊരിക്കലും
അയാൾ വന്നതേയില്ല...

കവിത...

അങ്ങനെ
ക്ഷണിക്കപ്പെടാത്ത
അതിഥിയായി വന്ന്
ആധിപത്യമുറപ്പിച്ച്,
ആത്മാവിനോട്
ചേർന്ന് നിൽക്കുന്നു.
പടിയടച്ച്
പുറത്താകുമ്പോൾ
പാതിമുറിഞ്ഞ വരികൾ,
കൈകാലുകളറ്റ്
പാളത്തിൽ കിടക്കുന്ന
അനാഥപ്രേതമാവുന്നു.
മുഴുമിപ്പിക്കാൻ
കഴിയാതെ വരുമ്പോൾ,
കരിയാടിനെപ്പോലെ
ഉള്ളിൽ ബലികൊടുത്ത്,
ചോര ചിന്തി ചുവപ്പണിഞ്ഞു
സ്വയം തൃപ്തിയടയുന്നു.
ചിലപ്പോൾ,
തണുത്തൊരുടലായ്
മനസ്സിലിഴഞ്ഞു കേറി
ചുറ്റി വരിഞ്ഞു,
വീർപ്പു മുട്ടിച്ചൊട്ടുവിൽ
നിറുകയിൽ കൊത്തി
മോഹാലസ്യപ്പെടുത്തുന്നു.
മകുടിയൂതി
വശീകരിക്കാതെ,
കളമെഴുത്തും മുടിയാട്ടവും
നാഗത്താൻ പാട്ടുമില്ലാതെ,
നൂറും പാലും നേദിക്കാതെ
തുലികയിലേയ്ക്ക്
ആവാഹിച്ചെടുക്കുന്നു.
മറ്റൊന്നിലേക്കു
സന്നിവേശിപ്പിക്കാൻ
കഴിയില്ലെന്നാകിലും,
എപ്പോഴുമെന്നപോൽ
സ്വാതന്ത്ര്യമാക്കിയിതാ
ഹൃദയങ്ങളിലേക്കയയ്ക്കുന്നു.

മകനോട്

മകനേ,
മടങ്ങുക ഗർഭത്തിലേക്ക്,
വീണ്ടുമൊരു പുതുജീവനായ്
നാമ്പെടുക്കാൻ.
നേരിന്റെ ഗീതികൾ
കേട്ട് ഉയിർക്കൊള്ളുക,
ഒടുവിലീ ഭൂമിയിൽ വീണ്ടും
പിറക്കുക...
ഒരു തലമുറതൻ രോദനം
നെഞ്ചാ വഹിക്കുവാൻ,
പാപങ്ങൾ തൻ മുൾക്കിരീടം
ശിരസ്സേറ്റിടുവാൻ,
നീറുന്ന മനസ്സുകളിൽ
ഒരു തുള്ളി സ്നേഹത്താൽ
സാഗരം തീർക്കുവാൻ,
വംശ ശാപങ്ങൾക്ക്
ഒരറുതിയേകാൻ,
വ്യർത്ഥമോഹങ്ങളുടെ
പഴയഭാണ്ഡം ചുമലേറ്റിടാൻ,
നീയൊന്നു ജനിക്കുക....
കൂർത്ത നഖങ്ങളുള്ള കാമം,
കീറിവരിയുന്ന പെണ്ണുടലുകളിൽ
ലേപനമാകുവാൻ,
ഇരുൾ തുളച്ചെത്തുന്ന
നിലവിളികൾ കാതോർക്കാൻ,
മഴത്തെരുവോരങ്ങളിൽ
അപരാധികളുടെ
രണ്ടാം മുഖങ്ങൾക്കു സാക്ഷിയാവാൻ,
ജനിക്കുക വീണ്ടുമിവിടെ...
വർഗബോധങ്ങൾ
കൊമ്പുകോർക്കുമിടങ്ങളിൽ,

മത-വാണിഭ ചന്തകളിൽ,
ആദർശങ്ങൾ ജലരേഖകളാവും
രാഷ്ട്രീയ ഇടനാഴികളിൽ,

നേരിനെ തിരയുന്ന പോരാളിയാവാൻ
ഇനിയും ജനിക്കുക...
അമ്മത്തൊട്ടിലുകളിൽ
അനാഥ ശാലകളിൽ
വൃദ്ധസദനങ്ങളിൽ
നീ, നിന്നെ തിരയാൻ
പൂർവ്വജന്മസ്മൃതികൾ തൻ
ദീപശിഖയേന്തുക.
അപരാഹ്നങ്ങളുടെ വേലിപ്പടർപ്പുകളിൽ
വെയിൽ കായാൻ വെച്ച
മനസ്സിനെ,
ഒറ്റവാക്കിന്റെ
പിൻവിളിയാലൊരുവൾ
മറികടക്കുമ്പോൾ,
അവളിൽ നീ,
അമ്മയെ, പെങ്ങളെ, കാമുകിയെ,
ഒടുവിൽ നിൻ,
മകളെയും കാണുക.
നാളെകളിൽ നായ്ക്കൾ
കടിച്ചു കുടയാതിരിക്കാൻ,
നിദ്ര കടിച്ചു തൂങ്ങിയ
മിഴികൾ, തെരുവിലേക്കും
തുറന്നു പിടിക്കുക.
കണ്ണീരും ശാപങ്ങളും,
പരമ്പരക്കണ്ണികൾ
പൊട്ടിച്ചെറിയാതെ കാക്കാൻ,
വംശ വൃക്ഷങ്ങൾ തൻ
വേരറ്റു വീഴാതിരിക്കാൻ,
മകനേ,
ജനിച്ചീടുകിവിടെ
ഒരിക്കൽക്കൂടി നീ...

മൗനത്തിന്റെ ഭാഷയിൽ നിനക്കെഴുതുമ്പോൾ...

ആദ്യ താളിൽ നമ്മുടെ
ഹൈഡ് ആൻറ് സീക്കുകൾ
അവ്യക്തമായി കോറിയിടട്ടെ.
ഒളിച്ചു കളികളുടെ
പരിതാപകരമായ പര്യവസാനം,
കണ്ടുപിടിക്കപ്പെടുന്ന
ജീവിതത്തിന്റെ കുമ്പസാരമാണ്.
അടുത്ത താളിൽ
വ്യഥകൾ ചാലിച്ച്
നോവുകൾ ഉണ്ടുറങ്ങി,
കഠിനായാസത്തിന്റെ
വറ്റാത്ത ഉപ്പുകടലാവുന്ന,
ഒടുങ്ങാത്ത പ്രതിഷേധത്തിന്റെ
ജ്വാലകളിൽ ഈയലുകളാവുന്ന
കവിതകളുടെ സിംഫണികൾ.
അവസാന ഏടിൽ
പല തരം ഒച്ചകളാണ്.
ഒന്നിന്റെ,
ഒന്നിനോടൊന്നിന്റെ,
ഏറ്റിറക്കങ്ങളുടെ,
വിരിയലിന്റെ,
കൊഴിയലിന്റെ,
മുങ്ങിത്താഴലുകളുടെ,
നീന്തിക്കേറലുകളുടെ,
വേർതിരിക്കാൻ ശ്രമിക്കുന്ന
പേരില്ലാത്ത അസ്വസ്ഥകളുടെ,
നിശബ്ദ സ്വരങ്ങൾ.
ഉയിരുരുകിയത്
വായിച്ചു തുടങ്ങുമ്പോൾ
കടൽച്ചൊരുക്ക്
ഓർക്കുന്ന കണ്ണുകളടയണം.

കവിളിൽ പതിയാത്ത ഉമ്മകൾ
ചുണ്ടിൽ ഇരയായ് കോർക്കണം.
താളുകൾ മറിക്കുന്ന
വിരലുകളിൽ അരളിപൂക്കണം.
അക്ഷരവന്യതയിൽ
വഴിതെറ്റി പകച്ച്,
തിരികെ വിളിക്കാനൊരു
വാക്കുപോലും കൂട്ടുവരാനില്ലെന്നോർത്ത്
തനിയെ നടന്നു തീർക്കണം.
ഋതു മാറിയ മഴപോലെ
നമ്മെ തള്ളിപ്പറഞ്ഞ
ഉറയൂരിയ കാലം,
ഉടയാടകൾ പോലെ
പൊഴിച്ചെറിഞ്ഞ യൗവ്വനം
ഓരോ വരിയിലും
വായിക്കണം,
നിന്നിലേക്കുള്ളയെന്റെ
കവിതകളുടെ
ഒടുങ്ങാത്ത യാത്രകൾ
വരികൾക്കിടയിലും...

മഴ

ഇന്നലെ നീ
വർഷിക്കാതെ
പിൻവാങ്ങും വരെയും
മഴ ഞാനെന്നും,
പെയ്ത്ത് കാത്തിരിക്കുന്ന
മണ്ണാണ് നീയെന്നും
ധരിച്ചിരുന്നു.
ഒറ്റ വീർപ്പിലെ
ദുഖങ്ങളെല്ലാം
അടുത്ത ശ്വാസത്തിൽ
ഉള്ളിലേറ്റും വരെ,
നാം ദേഹിയും
ദേഹവുമായിരുന്നു.
പൂത്തുലഞ്ഞ
പൂമരം ഞാനെന്നും,
എന്റെ
ഹൃദയം പുണരുന്ന
ചില്ല നീയെന്നും
കരുതിയിരുന്നു.
സ്വപ്നദൂരങ്ങൾ
അളന്നിടാൻ,
ഒറ്റപ്പകലിന്റെ
വേഗമായിരുന്നല്ലേ
നമുക്ക്?
ഇന്ന് നീ
പെയ്യുന്നതും കാത്ത്
വരണ്ടു വിണ്ട
മൺതിട്ടയിൽ
ഇറ്റു നീരിന്
കേഴുന്ന പ്രാണൻ,
വറ്റിപ്പോയ
നദിയിലെ
മത്സ്യത്തിന്റെ
പിടച്ചിൽ.
ഞാൻ,
പെയ്തൊഴിയാതെ
ഓർമ്മയിലിന്നും
നനയുന്ന മരം.
എന്റെ
നിശ്വാസങ്ങൾ,
ഉണങ്ങിക്കരിഞ്ഞ
വൃക്ഷത്തിൽ നിന്നും
അടർന്ന മുഖങ്ങൾ.
ഇടമുറിയാത്ത
ഇടവപ്പാതിയും
തുള്ളിക്കൊരു കുടം
കർക്കിടകപ്പെയ്ത്തും
ഇടയ്ക്കിടെ
സാന്ത്വനമാവുന്ന
വേനൽ മഴയും
കൊതിപ്പിച്ച്
കടന്നു പോവുന്ന
ചാറ്റൽ മഴയും
സ്വപ്നങ്ങളിൽ
മാത്രമവശേഷിക്കെ
ഞാനറിയുന്നു,
മഴ
ഞാനായിരുന്നില്ല,
നീ മാത്രമായിരുന്നു
നീ മാത്രം...

മഴയ്ക്കായ് ഒരു മറുകുറി

സ്വപ്ന വൈതരണികളിൽ
ചോര ചിന്തുന്ന കുരുന്നുകളുടെ
നിലയ്ക്കാത്ത രോദനങ്ങൾ.
വെടിച്ചില്ല് പ്രഭയിൽ
അഞ്ചുന്ന മിഴികൾക്ക്
ഉറക്കം വിലക്കപ്പെടുന്ന
കൂർത്ത ഓളിയിടലുകൾ.
വളരുന്ന
ഓരോ ഗർഭത്തിലും
ഭ്രൂണത്തിന് മുൻപേ
പിറവി കൊള്ളുന്ന
അതിജീവന ഭീതികൾ.
യുദ്ധത്വരയുടെ
രാസത്വരകങ്ങളിലേക്ക്
പിറന്നു വീഴുന്ന പിഞ്ചുകൾ.
പിച്ചവെക്കേണ്ട
നാളുകളിൽ
ഗന്ധകപ്പുകയും
തീരാക്കടിപ്പകയും
വർഷം തീർത്ത ഭ്രുവിൽ
അറുത്തെറിയപ്പെട്ട
കുഞ്ഞിളം മേനികൾ,
ചെന്നിടം വീണ് സ്വയം
കുന്നായ് പരിണമിക്കുന്ന
ചെറു കബന്ധങ്ങൾ.

ജാതി-വർഗ്ഗ-വർണ്ണ
വിവേചനമില്ലാത്ത
താഴ്‌വരയിൽ,
ഒരേ നിറത്തിൽ
ഒരേ ഗന്ധത്തിൽ
മനുഷ്യർ മാത്രം പൂക്കുന്ന
ജനിതകക്കാടുകളിൽ,
ഇനി നീ വരിക.
ഇവിടെയീ ഉപ്പുതടാകം
നിറയെ വർഷിച്ച
കാലമെല്ലാം കാത്ത
മാലിന്യമങ്ങു ദൂരെ
ചാവുകടലിലൊഴുക്കുക.
ആരെയും
കാണാതെ ഒടുക്കാതെ
പെയ്തു പെയ്തീ
ആധിത്തീ കെടുത്തുക.
പിന്നെയാ
ചെറുചാറ്റലിൽ
ജീവിതം പൂക്കുവോളം,
കാലവർഷപ്പെരുങ്കോളായ്
ആഞ്ഞ് പെയ്തീ
അസമത്വ വൃക്ഷത്തിൻ
കടയറുത്തീടുക.

മഴയെ...

മുറിച്ചെടുത്ത്
മാറ്റി വെച്ച
സായാഹ്നങ്ങളിൽ,
നീ,
വാക്കുകളാൽ
വലകൾ
നെയ്തുകൊണ്ടിരുന്നു.
എന്നും
കാത്തിരുന്നത്
കവിതയെ മാത്രം
ആയതിനാലാവണം,
ചിന്തകളുടെ
ഭാരമേന്തിത്തളർന്ന്
അൽപം വിശ്രമിക്കാൻ
ആഞ്ഞുപറന്ന
തുമ്പിയെ,
അനുകമ്പയുടെ
ആർദ്രമായ
കുപ്പായമണിയിച്ച്,
പ്രാണൻ നൽകി.
മഴ,
എത്തും മുൻപേ
വീടെത്താമെന്ന്
ധൃതിയിലൊരുറുമ്പ്.
അവനെ,
സൗഹൃദം പുതപ്പിച്ച്
ഒറ്റയ്ക്ക്,
യാത്രയാക്കാനുള്ള
വിഫലശ്രമം.
പിന്നെ,
തെറ്റിപ്പോയൊരു
കവിതയുടെ ഊഴം.
വെയിൽ,
തിളപ്പിച്ചുരുക്കി
പൊന്നാക്കിയ
പകലുകളിൽ,
ഉന്മാദം,
നക്ഷത്രങ്ങൾ പോൽ
പൂക്കുന്ന
നിദ്രയറ്റ രാവുകളിൽ,
പുറത്തേക്കുള്ള
വാതിലുകളെല്ലാം
അടയ്ക്കപ്പെട്ട
ചില നിലവിളികൾ,
തൊണ്ടക്കുഴിയോളം
പിടയ്ക്കുമ്പോൾ,
വീർപ്പു മുട്ടുന്ന
ഓർമ്മകൾക്ക്
കൂട്ടിരിപ്പ് മൗനം.
പ്രിയ
വേട്ടക്കാരാ,
ശലഭമാണ് ഞാൻ.
ഒരുക്കി വെച്ച
വരികളിൽ
ചിറകുകളൊട്ടി,
നിന്റെ
സ്വപ്നങ്ങളുടെ
താപമേറ്റ്,
മൃത്യാലിംഗനത്തിൽ
അമരാൻ,
ഉള്ളുമുടലും
ഒരുങ്ങിയ ശലഭം...

നീ പിരിഞ്ഞതിൻ ശേഷം

നീ പിരിഞ്ഞ
രാത്രിയിലാണ്
എന്നെ കുതിർക്കുവോളം
മഴ പെയ്തത്,
വിരഹത്തിന്റെ
നീലസർപ്പം ദംശിച്ചു
നീയില്ലായ്മയിൽ ഞാൻ
മോഹാലസ്യപ്പെട്ടത്.
ബഹിർഗ്ഗമിക്കാൻ
തിക്കുമുട്ടുന്ന തിളയ്ക്കുന്ന
മൗനത്തിന്റെ അഗ്നിപർവ്വതം
ഉള്ളിലുണ്ടെന്നറിഞ്ഞത്,
ഒരു തുള്ളിപോലും
ചോരാതെ നീയത്
കുടിച്ചു വറ്റിച്ചതും.
പിന്നെ,
ഒന്ന് മിണ്ടാൻ
തൊണ്ട കീറുന്ന ദാഹത്തിന്
ഒരിറ്റു ജലം പോൽ,
നിഷേധിക്കപ്പെട്ട
വാക്കുകളുമായ്
തുടരുന്ന പ്രയാണം.
ഓർമ്മകളുടെ
മുഷിഞ്ഞ ഭാണ്ഡം
തോളിൽ ചുമന്നു
വേച്ചു നടക്കുന്നയെന്നെ
ജീവിതാപരാഹ്നത്തിൽ
എന്നെങ്കിലും നീ
കണ്ടെടുക്കും വരെ,
നിന്റെ
മൗനത്തിലൊളിക്കട്ടെ
ഞാനുമെന്റെ
കവിതകളും...

നിനക്കൊപ്പം

നമുക്ക് പോണം
ഓർമ്മകളിലൂടെ
അന്നത്തെ
ഇളവെയിലേൽക്കാൻ,
ജനുവരിക്കാറ്റിനോട്
മത്സരിച്ച്
പട്ടം പറത്താൻ,
പാതിമഴ നനഞ്ഞു
ഒരേ കുടക്കീഴിൽ,
അതിരാണിപ്പൂവിന്റെ
ഇതളുകൾ
പങ്കുവെയ്ക്കാൻ,
നീലിച്ച ഉടുപ്പുകൾ
ഒളിപ്പിച്ച്,
വീട്ടിലേക്കെത്താൻ,
കാപട്യമില്ലാത്ത
മനസ്സെന്ന മഷിത്തണ്ടിൽ
നിൻറെ നിറം
പടർത്തി വെക്കാൻ,
ചോക്ക പൊട്ടുകളാൽ
കവിളുകളിൽ നിറയെ
നിറങ്ങൾ ചാർത്താൻ,
മടക്കി വെച്ച
പുസ്തകങ്ങളിൽ നിന്നും
മയിൽപീലി കൊണ്ട്
കൺപോളകളിൽ
വരയ്ക്കാൻ,
തോട്ടിറമ്പിലെ
ചേമ്പിലകളിലെ
കണ്ണാടി വെള്ളം
തട്ടി മറിയ്ക്കാൻ,
പുതുമഴ നനയാൻ...
പനിച്ചൂടിൽ കുളിർന്നു,
പുതപ്പിനടിയിൽ
ചുരുണ്ടു കൂടാൻ,
ഒരേ നിലാവിന്റെ
ഉടുപ്പുകളണിയാൻ,
ഒരേ ആകാശത്തു വിരിഞ്ഞ
നക്ഷത്രപ്പൂക്കളിറുക്കാൻ,
ഒരേ പ്രഭാതത്തിന്റെ
മഞ്ഞിൽ തണുവണിയാൻ,
നമുക്ക് പോണമിനി
ഒരിക്കൽക്കൂടി...

ഒന്നായ നമ്മെയിഹ:

കടൽ കവിയുന്ന
പാതിരാവുകളിൽ
ചുറ്റിലും ആർത്തു
തിമിർത്തു പെയ്യുന്ന,
എന്നെ നനയ്ക്കാത്ത
മഴയിൽ,
ഓർത്തെടുക്കാൻ
ആയുമ്പോഴേക്കും
എനിക്ക് മാത്രം
വേദ്യമായ ഭാഷയിൽ
നീ മുഴമിപ്പിച്ച
കവിതകൾക്ക്
ഹൃദയത്തിലേക്ക്
വഴികൾ കോറിയിടവേ,
നിഗൂഢമായ
ഉള്ളറകളിൽ നിന്നും
ഊഷരസ്വപ്നങ്ങളിലൂടെ
ഊർന്നിറങ്ങുന്ന
അകാരണമായ വ്യഥ..
അത്രമേൽ കാണാത്തിടത്ത്
ഒളിപ്പിച്ചിട്ടും
എന്റെ നിലാവെളിച്ചം
കവർന്നെടുക്കുന്ന
ഇരവുകൾക്ക്,

നിദ്രയിൽ ഇരച്ചു കേറി
പാതിരയിൽ
അമർന്നെന്റെ
തുടിയെറിഞ്ഞുടച്ച്
ഒടുക്കത്തെ തുടിപ്പൂമുറ്റുന്ന
പേക്കിനാവുകൾക്ക്,
എന്റെ ചിറകും
കൊക്കും മാത്രമല്ല
മൂർച്ചയും നേദിക്കുന്നു.
ഇന്നീ ഉച്ചയിൽ
ഞാനറിഞ്ഞിട്ട നിഴലുകൾ
കാഴ്ച്ച വെക്കുന്നു..
ഒരേ ആകാശക്കീഴിൽ
ഒരു ഹൃദയദൂരത്തിനപ്പുറം
ഞാനല്ലാത്ത മഴ
നിന്നെ നനയ്ക്കുമ്പോളെല്ലാം
ദാഹം തിരിച്ചറിയാത്ത
ജലം പോലെ,
നീയെന്നെ തോന്നലുകളെ
കുമ്പിൾ കെട്ടി,
ഉറക്കം ഞെട്ടുന്ന
രാത്രിയുടെ കൊമ്പിൽ
കൊരുത്തിടുന്നു..!!

ഓർമ്മകൾ ഉണ്ടാവുന്നത്

ഓരോ നോക്കിലും
കണ്ണാഴങ്ങളിലേക്ക് ഊളിയിട്ടു
കുതിക്കുന്ന മത്സ്യം,
ചുണ്ടുകളിൽ വാക്കിന്റെ
മുത്തുകൾ തിരയുന്നു.
കളിച്ചു മതിയാവാത്ത
കുട്ടിയെപ്പോലെ,
ചിരിയിൽ നിന്നും
മടങ്ങാൻ മടിക്കുന്നു.
ആലിംഗനങ്ങൾ
കരയെപുണരുന്ന കടൽപോലെ
മസ്തിഷ്കത്തെ ഉന്മത്തമാക്കുന്നു.
ഓർമ്മകൾ
അവസാനിക്കുന്നിടങ്ങളിൽ
നേരിന്റെ നേർവഴിയിൽ
വീണ്ടും ഒറ്റയാവുന്നു,
നിലാവ് ചുംബിച്ചിടങ്ങളിൽ
നിന്റെനിഴൽ തേടിയലയുന്നു.
ചിന്തകളുടെ
പുസ്തകക്കെട്ടിൽ വാത്മീകമായി,
രക്തം വാർന്നൊരു കിനാവിനെ
തഴുകിയുണർത്തുന്നു.

സുഗമമായൊരു യാത്രക്കിടെ
പാളം തെറ്റിയ തീവണ്ടിപോലെ
പിഴച്ചുപോയ കണക്കുകൾ
കൂട്ടിച്ചേർക്കാൻ പാടുപെടുന്നു.
സമവാക്യങ്ങളിൽ
സദാചാര-ഉണ്മ തിരയുന്നവർ
നമുക്ക് ചെല്ലേണ്ടിടങ്ങൾ
കാൽക്കീഴിൽ വരച്ചു

ചേർത്തപ്പോഴാവാം,
സഞ്ചാരപഥം നിശ്ചിത-
സമാന്തരങ്ങളിലൂടെയാകണം
എന്ന തിരിച്ചറിവിലാവാം
നീയിന്ന് ദിശമാറി ചരിക്കുന്നു.
നീയില്ലാത്ത ലോകത്ത്
പരിഭ്രാന്തിയുടെ ദിനരാത്രങ്ങൾ
തനിച്ച് താണ്ടുമ്പോൾ
ഉറക്കങ്ങൾ ദുഃസ്വപ്നങ്ങളാൽ
ഭീതിദമാക്കപ്പെടുന്നു.
ഉണർവ്വുകൾ വ്യഥയുടെ
ചിറകുകൾ കുടയുന്നു,
'നമ്മൾ' ആയിരുന്നതിന്റെ
നനുത്ത ഓർമ്മകൾ
ഇലക്കണ്ണുകളിൽ
ഒളിപ്പിച്ച ചില്ലകളിൽ
അഭയംതേടുന്ന പക്ഷി...

ഒരു കവിത

കവിതയിൽ വീണ് മരിച്ചവൾക്ക്,
വിലാപയാത്ര അരുത്.
വീട്ടിലും വഴിവക്കിലും
കൂട്ടം കൂടരുത്.
ആരും അടക്കം പറയരുത്,
വിങ്ങിപ്പൊട്ടരുത്.
മരണ ശേഷം,
നന്മകളെ പ്രകീർത്തിക്കരുത്.
ആയുസ്സെത്താതെ ഒടുങ്ങിയതിനു
ദൈവത്തെ പഴി പറയരുത്.
ആത്മാവിനു ശാന്തികിട്ടാൻ
പ്രാർത്ഥിക്കരുത്.
പോസ്റ്റ്മോർട്ടം
കഴിഞ്ഞു കിട്ടിയ ശരീരത്തിൽ,
ഹൃദയമുണ്ടെന്നുറപ്പ് വരുത്തുക.
കരൾ മോഷണം പോയോ,
എന്നു പരിശോധിക്കുക.
അതിനുമപ്പുറം,
മനസ്സ് മുറിഞ്ഞു വാർന്ന രക്തം
തറയിലൊഴുകാതെ കാക്കുക.
മരണാനന്തര കർമ്മങ്ങൾ
ആരംഭിക്കാം...

മഴയിൽ മാത്രമവളെ നിങ്ങൾ
കുളിപ്പിച്ചെടുക്കുക.
ഇളവെയിൽ കൊണ്ട് മാത്രം
തുവർത്തുക.
മഞ്ഞിൻ,
ശുഭ്ര വസ്ത്രമണിയിക്കുക.
അസ്തമയച്ചുവപ്പു കടം കൊണ്ട്
സീമന്തിനിയാക്കുക.

അനന്തരം... ശവമഞ്ചമേറ്റുക.
ആറടി മണ്ണിൽ കുഴിയിൽ
അവളെ അടക്കം ചെയ്യരുത്.
വിറകു കൂട്ടിയോ ഇലക്ട്രിക്ക്
ശ്മശാനത്തിലോ ദഹിപ്പിക്കരുത്.
പകരം, കവിതയിലെ
അവസാനത്തെ വരി തേടുക.
അവസാന വാക്കിൽ
അക്ഷരങ്ങൾക്കിടയിൽ,
പ്രപഞ്ചത്തോളമുള്ള
മഹാ ശൂന്യതയിൽ, സംസ്കരിക്കുക.
കവിതയിൽ വീണ് മരിച്ചവൾക്ക്
കവിതയിൽ തന്നെ മോക്ഷമെന്നറിയുക

ഒരു മൂന്നുവരിക്കവിത

ഒരുനദിയിൽ ഇരുഗതിയിൽ
ലക്ഷ്യംതേടുന്ന ഓളങ്ങളായി
ഇരുദേശങ്ങളിൽ ഒരേആകാശത്തു
വിരിയുന്ന നക്ഷത്രങ്ങളായി,

കണ്ടു തീരാത്ത സ്വപ്നത്തിന്റെ
മറുപാതിയിൽ ഘനപ്പെട്ടുപോയ
രണ്ടു മേഘതന്തുക്കളായി
ആദ്യവരിയിൽ നമ്മളെ
കൽപ്പിച്ചു വെക്കണം.
വർഗ്ഗ,വർണ്ണ വ്യതിയാനങ്ങളുടെ
ബീജഗണിതശാഖിയിൽ നിന്നും
വ്യത്യസ്ത കാലങ്ങളിൽ
യാത്ര തുടങ്ങി,
ഇന്നിന്റെ
സമവായങ്ങളിൽ സമരസപ്പെടുന്ന
രണ്ടു സമവാക്യങ്ങളെന്ന്
അടുത്ത വരി കുറിക്കണം.
നിരന്തരമായ
വർത്തുള ചലനത്തിലൂടെ
ദിനം പ്രതി നിമിനേരം
സന്ധിച്ച് പിരിയുന്ന
സമയസൂചികൾ പോലെ,
ഒരു പകലും ഇരുരാവുകളും
ഒറ്റച്ചുവരിന്നിരുപുറം
ഹൃദയദൂരമളന്ന്,

നിന്റെചിന്തയും എന്റെ ഉന്മാദവും
സ്വപ്നത്തിൽ
സഹശയനമാടിയതും എഴുതി
മൂന്നാമത്തെ വരിയിൽ
കവിത മുഴുമിപ്പിക്കണം...

ഒരുനാൾ...

ഋതുമാറാതെ
വാക്കുകൾ വർഷമാവും
ഇടവപ്പാതിയിൽ,
ഉണർവിന്റെ രാവുകളിൽ
നെടുവീർപ്പുകളിൽ
ബന്ധിച്ച കാറ്റിനെ
കെട്ടഴിച്ച് വിടുമ്പോൾ,
വെട്ടിയറുത്തു
കടലിലെറിഞ്ഞ
കവിതയുടെ
പെരുവിരൽ ഒന്ന്
തുടിക്കുന്നു.
കറുപ്പും വെളുപ്പും
ഇടകലർത്തി,
നിഴലിൽ നിലാവിനാൽ
കുത്തിവരയ്ക്കുന്ന
വിസ്മയങ്ങളിൽ
അടി പടലേ
വീണുഴറുമ്പോൾ,
പൊടുന്നനെ
ഒരോർമ്മയുടെ
വേലിയേറ്റത്തിൽ
വിരൽ കരയേറുന്നു,
കവിതയുടെ കടൽ
പിന്നെയും കവിയുന്നു.

ഏറെനാൾ
അലഞ്ഞൊടുവിൽ
പാഴ്ക്കിനാക്കൾ തൻ
ഭാണ്ഡമഴിച്ചതിൽ
പതിര് തിരയവേ,
കനലുരുക്കിയ നാളുകളിൽ
കരയാൻ മറന്നതാകെയും
പെയ്തൊഴിയുന്നു.
സന്ദേഹ മൂർച്ഛയാൽ
ഉയിരറ്റയൊന്നിനെ
അതിരാണിക്കാടിൻ
നിഗൂഢമനാവൃത
ഗർഭ ഗൃഹം തേടി
അലയുന്നൊരു പാന്ഥൻ.
പൊക്കിൾക്കൊടി
വേർപെട്ടനാഥമായ
ഒരുപിടി സ്വപ്നങ്ങൾ
ഇപ്പോളവിടെ
വയലറ്റ് പൂക്കളായ്
പൂക്കുന്നുണ്ടാവണം...

ഒറ്റക്കിരിക്കുന്നവൾ

ഒറ്റക്കിരിക്കുന്നവളുടെ
ഉള്ളിൽ നിന്നൊരു മരം
ഇറങ്ങി വരുന്നു..
തിണ്ണയിൽ
അഭിമുഖമായിരുന്നു,
വിശേഷങ്ങൾ
മൗനമായി പറയുന്നു.
നനുത്ത മഞ്ഞിൽ
കുളിരണിഞ്ഞ നാളുകളെ,
കുടിച്ചു വറ്റിച്ച
നദികളെ,
തഴുകിക്കടന്നുപോയ
കാറ്റിനെ,
നിറഞ്ഞു പുഷ്പിച്ച
വസന്തത്തെ,
സ്വപ്നങ്ങൾ
പൂക്കുന്ന ഉറക്കങ്ങളെ,
അവൾക്കു-
മുന്നിൽ നിരത്തുന്നു...
ഉള്ളുരുക്കത്തിന്റെ,
നീറുന്ന മുറിവുകളുടെ,
നോവുന്ന ഓർമ്മകളുടെ,
കൊടും വരൾച്ചയുടെ,

ശേഷിപ്പുകൾ
സ്വയം മറച്ച്,
പ്രസന്നയാവുന്ന ഒറ്റമരം,
നിശബ്ദമായി
അവളോട് പറയുന്നു.
ഒറ്റക്കിരിക്കുമ്പോഴല്ല,
നീ തനിച്ചാവുന്നത്
ഈ ആൾക്കൂട്ടത്തിൽ
തന്നെയാണ്..........

ഒറ്റമരം

പെണ്ണേ, മരമാണ്
ഞാനും നീയുമൊക്കെ.
ഇലകൾ മഴയോടും
പൂക്കൾ ശലഭത്തിനോടും
വേരുകൾ നീരുറവയോടും
ശിഖരങ്ങൾ കാറ്റിനോടും,
പ്രണയം സൂക്ഷിച്ചിരിക്കുന്ന
ഒറ്റമരം...
പുലർകാലങ്ങൾ
ലജ്ജയുടെ മഞ്ഞണിഞ്ഞു,
പകലുകൾ
മോഹങ്ങൾക്ക് ചൂടുപകർന്ന്,
സായന്തനങ്ങൾ
ഇളവെയിൽ ചുംബനമേറ്റ്,
അസ്തമയത്തിന്റെ
അന്തിച്ചോപ്പു കടം കൊണ്ട്
മുഖം മിനുക്കി,
പിന്നിൽ കനക്കുന്ന
ഇരുളിൻ മുടിയിഴകൾ
മാടിയൊതുക്കി,,,
പ്രതീക്ഷയുടെ ആകാശ-
മൗനങ്ങളോട് സംവദിക്കുന്ന,
മുളപൊട്ടുന്ന നാമ്പുകൾ,
അടരാൻ നിൽക്കുന്ന
ചില്ലകളുടെ ജീവൻ തേടുന്ന,
കൈവന്നതും
കൈവിട്ടതുമായ രൂപങ്ങളുടെ
നിഴലിൽ ചവിട്ടി,
മേഘങ്ങളുടെ
പ്രണയത്തിനായി,
ഒരവധൂതികയെപ്പോലെ
വ്രതം നോൽക്കുന്ന ഒറ്റമരം....

പ്രണയം...

ആരോപിക്കപ്പെടുന്തോറും
മൂർച്ച കൂടുന്ന
വാൾ ആയി മാറുന്നു
ഇല്ലെന്നു
ഉറക്കെയുറക്കെ
വിളിച്ചു
പറയുന്തോറും,
ഉണ്ടെന്നു
സ്ഥാപിക്കപ്പെടുന്നു...
യാഥാർത്ഥ്യം
ഇതൊന്നു മാത്രമെന്ന്
അറിയുമ്പോഴേക്കും,
കാല്കീഴില്
മണ്ണൊലിച്ചു പോവുന്നു.....
അഭയമായ
തുരുത്ത്
കടലെടുക്കുന്നു....
നഷ്ടപ്പെടലിന്റെ,
ഒറ്റപ്പെടലിന്റെ
ഭ്രാന്തമായ
ഒരു ലഹരി
പടരുന്നു സിരകളിൽ...
എവിടെ ഹൃദയം...?
കടലേ...
എന്നു വിളിച്ചിരുന്ന,
തീരത്തിരുന്നു
കടലിലേക്ക്
കല്ലെറിയണമെന്നു
പറഞ്ഞിരുന്ന,
അസ്തമയത്തിന്റെ
ചുവപ്പു
കടം തരുമോ
എന്നു ചോദിച്ചിരുന്ന,
നീ എത്ര
പെയ്താലുമെനിക്ക്
നനഞ്ഞു
മതിയാവില്ലെന്നു
പറഞ്ഞിരുന്ന,
വാക്കുകളിൽ
ഉമ്മ വെക്കാൻ
അനുവാദം
ചോദിച്ചിരുന്ന
ചുണ്ടിലെ
വീഞ്ഞിന്റെ
ലഹരിയിൽ
മതിമറന്നിരുന്ന,
എന്റെ
വയലറ്റുപൂക്കളെ
എന്നെക്കാളേറെ
സ്നേഹിച്ചിരുന്ന
സ്നേഹം
അധീകരിക്കുമ്പോൾ
പകരം വെക്കാൻ
വാക്കുകളില്ലാതെ,
സ്നേഹമേ...
എന്നു മാത്രംവിളിച്ചിരുന്ന
ഹൃദയം,...

പ്രണയ ശേഷം

കടൽ തേടിയണയുന്ന
കാക്കകൾക്കിടയിൽ കണ്ണുകൾ,
അസ്തമയം കാണാനെത്തിയ
പൊന്മയെ മാത്രം തിരയും.

വറ്റിപ്പോയ കടലിലെ
ഉപ്പുകല്ലുകൾക്കിടയിൽ,
ഉറഞ്ഞ മീൻകുഞ്ഞുങ്ങളുടെ
ചുണ്ടുകൾ പോലും,
സ്നേഹം സ്നേഹമെന്നോതും.
നീളുന്ന രണ്ട് നിഴലുകൾ,
ആ വാക മരത്തണലിൽ
അലിഞ്ഞില്ലാതാവും.
ചിരിച്ചുടഞ്ഞ കുപ്പിവളകൾ,
വാകപ്പൂക്കളോട്
നമ്മുടെ കഥകൾ പറയും.
കൈത്തണ്ടയിലാഴ്ത്തിയ
നഖപ്പാടുകൾ മായും,
കവിളിൽ പതിഞ്ഞ ഉമ്മകൾ
മഞ്ഞുപോലെ തണുത്തുറയും.
ചുണ്ടിലെ വീഞ്ഞിനു
ലഹരിയില്ലാതെയാവും.
അന്ന്,
പ്രണയത്തുടിപ്പുകൾ
നിലച്ചില്ലാതാവുന്ന നമ്മളെ,
ഏതു നിറം കൊണ്ട്
നീ അടയാളപ്പെടുത്തും...?

പുതിയ ചരിത്രം

വരൂ,
നമുക്കീ ചരിത്രമൊന്നു
തിരുത്തിയെഴുതാം.
പരമ്പരകളുടെ
കുലപ്പേരു ശാപത്തിന്
ഒരറുതിയേകാൻ,
ദളിതനെ/ദരിദ്രനെ
ചരിത്രത്തിൽ
മാത്രമിനി വായിക്കാം.
കുപ്പായമിട്ടവനെ/
കുരിശണിഞ്ഞവനെ
തിരഞ്ഞുപിടിച്ച്,
ഊഴമിട്ടു
ബലി നൽകാം.
പ്രാണൻ തുടിക്കും
ശരീരത്തിൽ
ആയുധങ്ങൾ
മൂർച്ച നോക്കുമ്പോൾ,
ചരിത്രം ചുവപ്പിൽ
അടയാളപ്പെടട്ടെ.

പരിണാമ ദശയുടെ
പുണ്യ പാപച്ചുമടുകൾ
ഇറക്കിവെച്ച്
തിടുക്കത്തിലൊരു
നാട് തന്റെ
മുഖച്ഛായ മാറ്റുന്നു.
ഒരേ ആചാരങ്ങൾ,
ആഘോഷങ്ങൾ.
ഒരേ വർണ്ണക്കൊടികൾ,
തോരണങ്ങൾ.
ഒരേ മുഖങ്ങളൊരേ
സ്വരത്തിൽ ഉരുവാം
ജപ മന്ത്രണങ്ങൾ.
നോക്കൂ,
'മതേതരത്വം' എന്ന
ചരിത്രം നമ്മൾ
എത്ര സുഗമമായി
തിരുത്തിയെഴുതി...

രാത്രിമഴ

അങ്ങിനെയാണ്
ശരീരത്തെ
കുളിരണിയിച്ച്
മനസ്സിനെ
തരളിതമാക്കി,
വേരറ്റ വൃക്ഷത്തെ
മണ്ണിലുറപ്പിച്ച്,
ഒട്ടും തന്നെ
കലുഷിതമാക്കാതെ
നദിയുടെ
പാനപാത്രം നിറച്ച്,
പതിഞ്ഞ,
എന്നാലത്രമേൽ
സൂക്ഷ്മ താളത്തിൽ
സംഗീതം പോലെ
നിലയ്ക്കാതങ്ങിനെ.
ഉറക്കത്തിന്റെ
പർവ്വതാരോഹണങ്ങളിൽ
മുഴുകുന്നതിനാൽ
രാത്രിമഴയെ നിങ്ങൾ
അറിയാതെ പോവുന്നു,
അവൾ നിങ്ങളെയും.
ഒരിക്കലും
അറിയാതിരിക്കട്ടെ.
കാരണം,
കണ്ണുകളിൽ
കടലൊളിപ്പിച്ചു
എന്നു പറഞ്ഞ്,
അവയുടെ ആഴം
തേടിപ്പോയവളെ
കണ്ണുകളിൽ തന്നെ
തടവിലിട്ടു,
ഇന്നലെ ഞാൻ.
അണമുറിയാത്ത
വർഷകാലം,
ഇന്ന് കടലുകളിൽ..

ശിശിരം

ഇനിയില്ല,
പുണ്യപാപങ്ങൾ അളന്നിട്ട
കാൽത്തളിരിടം
പുൽകി വീണുറങ്ങിടാൻ.
ഇനിയില്ലനർഹമായാ
ഹൃദയത്തളിർ പകുത്തെൻ
ഹൃത്തോട് ചേർക്കാൻ.
കാണാക്കാലമൊട്ടുക്കം
പകരും കരിവേഷമഴിച്ച്
പച്ചയെങ്ങും നിറഞ്ഞാട്ടം
വാഴ്വതെങ്ങോ, കിടപ്പൂ
മഞ്ഞുറഞ്ഞൊരുടലും
തരുക്കളെന്നിൽ
കുടഞ്ഞെറിഞ്ഞവർ തൻ
വസ്ത്രാഞ്ചലങ്ങളാം
കരിയിലകളും
ശിശിരമാണ്,
കുളിരേകുന്നവെന്നാകിലും
സഖി ഗ്രീഷ്മമേൽപ്പിക്കും
താപ ഘാതങ്ങളേതും
സഹിപ്പവൾ.
തളിരിടുന്നൊരു
പുതുയുഗം മുന്നിൽ,
മൊട്ടിടുന്നിതഭ്രത-
പൂർവ്വമെന്നോണം
ഞാനായിരുന്നില്ല
ഇതുവരേക്കുമെന്നാൽ
ഇനിയതാവണം
ഇമ്മട്ടിലോർത്ത് പേർത്തും
അതിനായിനിയെന്തെ-
ന്നൊരായിരം ചോദ്യങ്ങൾ

ക്രൂരമ്പുകളായ്ത്തറയുന്ന
മുറിഞ്ഞു ചെന്നിണം
വാർന്ന് പുതുവാഴ്വിൻ
ബലിത്തറയിൽ സ്വയം
കായപ്പെടുത്തുവോർ.
നാളെയെൻ
ചാരെയെന്ത് കാക്കണം,
നാളിന്നോളമുള്ളതിൽ
ചതിപെട്ട വാഴ്വും
ഹിമപാത മുറഞ്ഞൊരുടലും
കരളുരുക്കും വെയിലും

മനം പിളർത്തും
വരണ്ട കാറ്റും ശേഷിക്കെ
അതിൽ നിന്നെന്ത് കൊള്ളണം
പുതു വാഴ്വിൽ
ഒരു നാമ്പെങ്കിലും
എന്നിൽ കുരുക്കുവാൻ.
ശിശിരമാണ്,
തണുവേകുന്ന
ഭൂവിനെന്നാകിലും ഇല്ല
ഋതുക്കൾക്കേകാ-
നൊരപവാദമെൻ
ഗുണഗണങ്ങളാൽ.
എന്നിൽ പെയ്യു താൻ
തീരട്ടെയാ കൊട്ടും
വറുതിയേതും
അമ്ലമഴ പോൽ
എന്നിലൊടുങ്ങട്ടെ
സർവ്വ പാപങ്ങളും.
ചൂണ്ടൽക്കണ്ണുകളാൽ
കൊത്തിവലിക്കും വസന്തമേ
നിന്നിൽ നിന്നൊരുനാളും
ഉരുവാകയില്ലെന്നിലേക്കാ-
യൊരു പൂക്കാലം

അറിയുന്നിടം പെട്ടും
മിഴികൾ ദിനം
തുവിയൊഴുകുന്ന
ഹിമകണങ്ങളായ്
പുൽത്തളിരുകളിലിന്നും.
ശിശിരമാണ്,
വ്യഥകളേറെയുണ്ടെന്നിൽ
പതിതയെന്നപവാദ-
മോടൊട്ടുങ്ങുവതിൽ.
പുതുജീവനെടുക്കാൻ
എത്ര ഋതുക്കളിനിയും താണ്ടണം
ബഹുവചനങ്ങളെല്ലാ-
മൊട്ടുങ്ങിയെന്നിൽ ഏകമെന്ന
ഒരേകകമായിടാൻ നീ...

തിരസ്കരണിയിലൂടെ

മറവികളിൽ നിന്നും
അന്ന നിമിഷം
പുനർജ്ജനിക്കുന്ന,
വലിഞ്ഞിഴഞ്ഞും
ഏന്തിയും കിതച്ചും
ശ്വാസമെടുത്തണച്ചും
ഓടിത്തളരുന്ന
ചില ഓർമ്മകളുണ്ട്.
ഉച്ച വെയിലിൽ
തിളപ്പിച്ച് കുറുക്കി
പാകമാക്കിയ കവിതയിലെ,
തെറ്റിയും തിരുത്തിയും
എഴുതിയ വരികളിൽ
ചിലപ്പോളെല്ലാം നിന്നെ
തിരഞ്ഞു പോവുന്നുണ്ട്.
തിരസ്കരണത്തിന്റെ
മുറിപ്പാടുകൾക്കും
അവഗണനയുടെ പൊള്ളലിനും
ഒരേ നീറ്റലെന്നടയാളപ്പെട്ട
ഉടലുയിരുകൾക്ക്,
മറവി മാത്രമാണ് ശമം
എന്നുപറഞ്ഞതാരാവും?

ഒടുങ്ങാത്ത വറുതിയുടെ
തീക്കനലുകൾ തിന്നു
മരിച്ച വീഴുന്ന സ്വപ്നങ്ങളുടെ
ശവപ്പറമ്പുകൾ അതു
വെറും പുറമ്പോക്കുകളെന്നും.
ചങ്ങലകളുടെ നിലയ്ക്കാത്ത
കിലുക്കങ്ങൾക്കൊപ്പം
അടർന്നു വീണതിനാലാവണം
ഭ്രാന്തൻ ജല്പനങ്ങളെന്ന്
അവ മുദ്രകുത്തപെട്ടത്.
ഒരു കോടതിയിലും
തീർപ്പാക്കാനാവാതെ
നമ്മുടെ വാദങ്ങൾ
അവസാനിക്കുന്നിടത്ത്,
മൗനങ്ങളുടെ അലർച്ചകൾ
നീളുന്ന നിലവിളികൾ
അമർച്ച ചെയ്യപ്പെടുന്നിടത്ത്;
ഇത്തിരി മാത്രം,
അന്നു നീ തന്ന
ഒരു കുന്നിക്കുരുവോളം
സ്നേഹം മതിയാവും,
അശാന്തിയുടെ
ഉന്മാദ നാളുകൾക്കിനി
അൽപം ശമംവരുത്താൻ...

തോറ്റവന്റെ കലണ്ടറിലെ ഒരു നാൾ

ഓർത്തെടുക്കാൻ
ഒരോർമ്മ പോലുമില്ലാത്ത
ഭൂതകാല വളവുകളിൽ,
അന്തിച്ചുള്ള
നിൽപ്പുകൾക്കിടെ
അതിദ്രുതം മറിയുന്ന
മറവിയുടെ താളുകൾ.
ചാട്ടുളിച്ചിന്തകളാൽ
എരിയുന്ന ഉൾത്തീ
കവച്ചു പറക്കാൻ
ശ്രമിച്ചു പരാജയപ്പെടുന്ന
നിദ്രയുടെ പക്ഷികൾ.
സ്വപ്നങ്ങളുടെ പലിശയേറ്റു
ജീവനം ചെയ്യുന്നവന്റെ
കുഞ്ഞു പുസ്തകത്തിലെ
പറ്റു കുറിപ്പടികൾ പോലെ
കിട്ടാക്കടമാവുന്ന സ്നേഹം.
വിദഗ്ധനായ
ഒരു ചിത്രകാരന്റെ
അബ്സ്ട്രാക്റ്റ് വരയിൽ
ഒതുങ്ങുന്ന കിളിയുടെ
ആകാശംപോലെ,
ജീവിതത്തിന്റെ കലണ്ടറിൽ
പെൻമാർക്ക് ചെയ്യപ്പെട്ട
ദിവസത്തിലേക്ക്
കൊഴിഞ്ഞു വീഴുന്ന
ദിനരാത്രങ്ങൾ.
ജാലകക്കാഴ്ച്ചക്കപ്പുറം
ഇച്ഛാ ശക്തി കൊണ്ട്
മാത്രം തകർക്കപ്പെടുന്ന
നിയന്ത്രണ മതിലുകൾ.
ഒടുവിലത്തെ
ശ്വാസത്തിനു തൊട്ട്മുൻപ്
പറയാതെ പോവുന്ന
വാക്കുകൾ പോലെ
എഴുതാതെ പോവുന്ന
കവിത പോലെ,
തോറ്റു പോയവന്റെ
കലണ്ടറിലെ ഒരു നാൾ...

ഉപേക്ഷിക്കപ്പെടുമ്പോൾ...

ഉള്ളിൽ
ഇരിക്കപ്പിണ്ഡം വെച്ച
പുണ്യാഹം തളിച്ച
തെക്കേമുറ്റത്ത്
ഒറ്റയ്ക്ക് പാടുന്നൊരുവൾ.
സംവേദനമില്ലാത്ത
ശ്രവണ ഗ്രാഹികളിൽ
ആ സ്വനത്താൽ മാത്രം
ഉളവാക്കപ്പെടുന്ന
അനുഭൂതി തലങ്ങൾ
സങ്കോചമില്ലാതെ
തിരയുന്നൊരുവൻ.
അണ മുറിയാതെ
ഉതിരുന്ന വരികളിൽ
കണ്ണില്ലാത്തൊരു
കവിതയെ അയാൾ
കൈപിടിച്ച് നടത്തുന്നു.
അനസ്യൂത-മനർഗ്ഗളം
ഒഴുകുന്ന കവിതയിൽ
ലോകവും താനും
മയങ്ങവേ,
പൊടുന്നനെ അയാൾ
ദയലേശമന്യേ
പകൽ നായാടുന്ന
വേടനാവുന്നു.
"മാ...നിഷാദാ..!"
മൊഴിയും മുൻപേ
വാക്കേറിനാൽ കിളി.
അന്ധയാവുന്നു.
കണ്ടു തീരാത്ത
സ്വപ്നങ്ങൾക്കൊക്കെയും
അവധി കൊടുത്തവൾ
സ്വർഗ്ഗമുപേക്ഷിച്ച
ഇരുട്ടിലേക്ക്
പിന്തിരിഞ്ഞു നടക്കുന്നു.
അയാളാവട്ടെ
പാതി മുറിഞ്ഞ വരികൾ
തുന്നിച്ചേർത്തു
പുതിയൊരു കവിത
മെനയാനുള്ള
തീവ്ര ശ്രമത്തിലാണ്...

ഉറക്കം

എന്നെയുപേക്ഷിച്ച്
കിടക്ക വിട്ടെണീറ്റ്
ഉമ്മറക്കോലായിലൂടെ
ഇറയത്തേക്കിറങ്ങി
ചാറ്റൽ മഴയിൽ
നനഞ്ഞ മുറ്റം പിന്നിട്ട്
പറമ്പിലേക്കിറങ്ങിയ
പാദങ്ങളെ തണുപ്പ്
ചുംബിച്ചുണർത്തി.
പിൻവിളികളില്ലാതെ
ചിതറിപ്പരന്ന
അനേകം തോന്നലുകളിൽ
ഒറ്റയാണെന്ന
ഒരൊറ്റ തോന്നലിന്റെ
അസ്വസ്ഥതയിൽ
ആഞ്ഞൊന്നു കരയാൻ
ചങ്കിലോളം അലച്ചെത്തിയ
ആർത്തനാദം വിഴുങ്ങി
ഒച്ചയില്ലാത്തവനായി നടന്നു.
കാഴ്ചകളെല്ലാം
വിഭ്രമങ്ങളാവുന്തോറും
ഒരു രാത്രിക്കു തനിച്ചു
കൈകാര്യം ചെയ്യാനാവാത്ത
കനത്ത ഇരുളിൽ,
കാണികളില്ലാതെ
ചടച്ച അഭ്യാസിയെപ്പോൽ
കൈകാലുകൾ നീട്ടി
മൂരി നിവർന്ന്,
മണ്ണിലുറഞ്ഞ പാദങ്ങൾ
പറിച്ചു മുന്നിൽനട്ട്
അലസ,മലസം നടന്നു.
മണ്ണിൽ പണിതവനോളം
നിശ്വാസമുതിർത്ത്,
ഓർമ്മകളുടെ കാക്കപ്പൂവിറുത്ത്
നിലാവ് പുതച്ച്
വരമ്പിലിരുന്ന 'നേര'ത്തിനോട്
അൽപം സല്ലപിച്ചു.
ഇരുട്ടിനെ
വാരി വലിച്ചുടുത്ത രാത്രി
ഒച്ചയില്ലാതെ വന്നവന്
വഴിമാറിയപ്പോൾ
ലോകം ഗാഢമായുറങ്ങി.
കണ്ണുകളിൽ
നിന്നിറങ്ങിപ്പോയവൻ
തിരിച്ചെത്തിയിട്ട്
ശാന്തമായ്
ഒന്നുറങ്ങണമെനിക്കും..

വർഷം തേടുന്നവർ

പച്ചവാർന്നു പോയ
കാട്ടുകളിൽ,
വഴിതെറ്റി വന്ന
കനൽക്കാറ്റ്
അഗ്നിയൂതി നിറയ്ക്കുന്നു.

ചുണ്ടുകൾ
പൊള്ളിയടർന്ന മരങ്ങൾ
നാവ് നീട്ടി
വെയിൽ നക്കുന്നു.
കാലഹരണപ്പെടാൻ
ഊഴം കാക്കുന്ന
മേഘങ്ങളിൽ മഴനൂലുകൾ
തൊങ്ങലുകൾ കോർക്കുന്നു.
ഉറവക്കണ്ണുകളെ,
ഉമ്മവച്ചുണർത്താൻ
വൃഥാ ശ്രമിക്കുന്ന പുഴ
ചത്തുമലച്ച
മീൻകുഞ്ഞുങ്ങളെ,
മാറോടമർത്തി വിതുമ്പുന്നു.

ഊർവ്വര
വിശാലതകളിൽ
വിതയ്ക്കപ്പെടുന്ന
വിത്തുകൾ
നാമ്പെടുക്കും മുൻപേ,
ഊഷരതയാൽ
ഗർഭഛിദ്രം
ചെയ്യപ്പെടുമ്പോൾ,
പത്തായപ്പുരകൾക്ക്
സംഭരിക്കാൻ
മണ്ണിന്റെ നിലവിളികൾ
ശേഷിക്കുന്നു.
മുടിയേറി
കോമരം കെട്ടി,
ആഞ്ഞു വെട്ടി
ചോര വീഴ്ത്തി,
കുളിവാരി
മാറിൽ ചേർത്ത്,
തെയ്യമാടുന്നു ഗ്രീഷ്മം.
അസഹ്യ
നിലവിളികൾ
കാത് തുളയ്ക്കുമ്പോൾ
വിണ്ടടർന്ന്
വറുതിയടയുന്ന ധര
ഒരു സതിക്കായ് സ്വയം
ചിതയൊരുക്കുന്നു...

വേരുകൾ

നിന്നിൽ നിന്നും
എന്നെയടർത്തി
മാറ്റുകയെന്നാൽ,
പൊങ്ങാത്തൊരു
മൺകലം
തലയിലേറ്റും പോലെ,
ഒരു ഭാരവണ്ടി
കുന്നുകേറാൻ
ശ്രമപ്പെട്ടും പോലെ
അത്രമേൽ
കഠിനമെന്നാകയാൽ,
എത്ര ശ്രമിച്ചിട്ടും
പിഴുതു
പോരാത്തവണ്ണം
നിന്നിൽ ഞാൻ
ഉറച്ചു പോയിരുന്നു.
നിന്നിലെ
രക്തം കിനിയുന്ന
മുറിവുകളെ,
വകവെക്കാതെന്നെ
പറിച്ചെടുത്തിട്ടും
അടിവേരുകൾ
അവശേഷിച്ചിരുന്നു.
അദ്ഭുതമെന്തെന്നാൽ,
നിന്നിൽ നിന്ന്
വേർപെടാതെ
ഫലനീഭവിച്ചു
നിന്ന ഞാനിപ്പോൾ
നീയില്ലായ്മയുടെ
ശൂന്യതയിലൂടെ
അനസ്യൂതം
പറക്കുകയാണ്,
ഒരു പക്ഷിത്തൂവലോ
അപ്പൂപ്പൻതാടിയോ
പോൽ ലക്ഷ്യമില്ലാതെ
എന്നാൽ
അത്ര പോലും
ഭാരവുമില്ലാതെ...

വിരഹ പർവ്വം

പിരിയാം നമുക്ക്,
ഇരുട്ടിന്റെ നിഴലുകൾ
വേട്ടയാടുന്നുവെങ്കിൽ.
ഒരൊച്ചയെ
തൊണ്ടക്കുഴിയോളം
വന്ന് തിരിച്ചയച്ച്,
മൗനത്തിന്റെ
നരച്ച വസ്ത്രമണിഞ്ഞു,
കതകടച്ചിരിക്കാം.
മഴ നനയാത്ത,
വെയിൽ കൊള്ളാത്തൊരു
ഭ്രാന്തിനെ ഒറ്റയ്ക്കിരുത്താം.
നീ തന്ന വയലറ്റ്പൂക്കൾ,
കൈരേഖകൾ പോൽ
മായ്ക്കാൻ ആവില്ലെങ്കിലും,
ഹൃദയത്തിലേറ്റ
മുറിവുകൾ കൊണ്ടവയെ,
മായ്ക്കാൻ ശ്രമിക്കാം.
നെറ്റിയിലെ അസ്തമയത്തെ
പിഴുത്, കന്യകുമാരിയിലെ
വൈകുന്നേരങ്ങളിലേക്ക് നടാം.
ചുണ്ടിലെ കാർമേഘത്തെ,
വെയിലെടുത്തെന്നു
കണ്ണടച്ച് വിശ്വസിക്കാം.
പകുത്തു തന്ന പകലുകൾ,
ഓർമ്മയിൽ നട്ടു നനച്ച,
തണൽ മരമാക്കാം.
നിന്റെ നീലിച്ചചിരിയെ,
എന്നും സ്വപ്നങ്ങളിലിട്ടു
തിരിച്ചും മറിച്ചും,
ഉന്മാദത്തിന്റെ
അപാര ഭ്രമികയിലേക്കു
വഴികൾ തിരയാം.
ഇടയ്ക്കിടെ,
മുഖ പുസ്തകത്തിൽ
കേറിയും ഇറങ്ങിയും,
മൗനമായിരുന്ന
നിന്റെ വിശേഷങ്ങൾ,
മൗനമായിത്തന്നെ തിരക്കാം.
സ്നേഹ ശൂന്യതയുടെ
നട്ടുച്ചകളിൽ നിന്നെ,
ഇഷ്ടമായിത്തന്നെ ഓർക്കാം.
'മൗനമായിരുന്നു'
എന്ന് കേൾക്കുമ്പോൾ,
നിന്നെക്കുറിച്ചോർത്ത്,
നീ കേറിയ
മൗന പർവ്വതത്തോളം,
വരില്ലെന്ന് പറയാം.
കൂട്ട് കൂടുന്ന നേരങ്ങളിൽ,
നിന്നെക്കുറിച്ചു
പറഞ്ഞതെല്ലാം തിരുത്താം.
ഇനി നമ്മളില്ലെന്ന സത്യം,
കൈത്തണ്ടയിൽ നുള്ളി
ഉറപ്പു വരുത്താം.
നിന്റെ കൈതട്ടി മറിഞ്ഞ,
ചായക്കൂട്ടുകളിലൊരു
വർണ്ണമാവാം, ഇനി...

www.ingramcontent.com/pod-product-compliance
Lightning Source LLC
LaVergne TN
LVHW040831051026
849519LV00007BB/2815